A MESSAGE TO
OFW

By
DJ LHEN
BIMBY MACBS

COPYRIGHT @ 2023 A MESSAGE TO OFW
By DJ Lhen, Bimby Macbs

ISBN:
Hardbound-978-621-470-637-2
Softbound/Paperback-978-621-470-638-9
MOBI/KINDLE-978-621-470-639-6

Published by:
Poetry Planet Book Publishing House
Rosario, Pozorrubio, Pangasinan, Philip-
pines
Contact Number: 09554960094
Email: maritesritumalta@gmail.com

DEDICATION

This book is made with labor and love for my family, my dearest son, my siblings and my cousins who will venture to work as overseas Filipino workers.

This Book is also dedicated to 98.4 Love Fm Teleradyo staff and our listeners.

I share the success of this book with all OFW worldwide. Keep the faith, live a good and honest life, work diligently, and always give time to God as our source of strength and protection. Let your family be your priority and always preserve your dignity as us Filipino worker wherever you are in the world.

Dedikasyon

Ang aklat na ito ay ginawa ng may pag-susumikap at pagmamahal para sa aking pamilya, pinakamamahal kong anak, sa aking mga kapatid at mga pinsan na nagsisikap na magtrabaho bilang isang overseas Filipino worker.

Ibinabahagi ko ang tagumpay ng aklat na ito sa lahat ng OFW sa buong mundo. Panatilihin ang pananampalataya, mamuhay ng mabuti at tapat, magtrabaho nang masigasig at laging magbigay ng oras sa Diyos bilang pinagmumulan ng lakas at proteksyon.

Gawin ang iyong pamilya bilang unang pri-yoridad at laging pangalagaan ang iyong dignidad bilang manggagawang Pilipino saan ka man naro-roon sa mundo.

PREFACE

As a nation that diligently counts on its overseas workers, it is crucial for Filipinos who intend on becoming overseas workers to be properly prepared and ready for the challenges they may confront. This is where the book "A Message To OFW" as a guide for Filipino overseas workers" comes in. Its goal is to supply the essential skills, knowledge, proper attitude, and discipline for Filipino overseas workers to prosper in the global workforce.

One of the most useful facets of the book is its emphasis on reasonable mindset and attitude. Being an overseas employee can be a daunting venture, but the book points up the significance of maintaining a positive attitude toward work and life in general. This means having the discipline to labor smart, the humility to learn from others, and the resilience to face any impediments that may come their way. By acquiring these traits early on, Filipino overseas workers can certainly make the most out of their opportunities in foreign land.

Another key element that the book concentrates on is practical aptitudes. Depending on the type of work, there are distinct skills that Filipino overseas workers must retain to excel. For example, those working in the healthcare sector must have a thorough knowledge of medical terminologies and techniques, while those in the hospitality industry must be expert in other languages and have decisive customer assistance skills. The book provides thorough knowledge on the necessary skills for certain industries, as well as considerations and mean to enable readers make better their existing skills.

Another vital topic of this book is its focus on proper financial education. Filipino overseas workers are known for their hard work and persistence, however sadly, multiple of them face monetary setbacks due to an absence of knowledge and discipline when it comes to managing their earnings. The book gives readers practical advice on developing and sticking to a budget, as well as saving and investing wisely. Further, it fills in topics such as sidestepping scams, understanding remittances, and dealing with loans and debts. By properly managing their finances, Filipino overseas workers can achieve financial stability and maximize their earnings while working abroad.

The book likewise acknowledges the significance of cultural and social integration. Living and working in a foreign country can be a challenging experience, but by fully engaging themselves in their host country's culture, Filipino overseas workers can develop an insight of belongingness and create affinities with locals. The book provides advice on learning the host country's language, customs, and traditions, as well as resources for connecting with other Filipino communities abroad. By integrating themselves into their host country, Filipino overseas workers can widen their horizons and thrive as indi-viduals.

This book is a priceless aid for Filipinos who prepare to work overseas. By emphasizing the essence of mindset, practical skills, financial literacy, and cultural awareness. The book helps Filipino overseas workers with the integral means to prosper in the global workforce. With its detailed and practical approach, the book is a must-read for any Filipino who wishes to live and work abroad with faith and dignity as a representative of their country.

Paunang Salita

Bilang isang nasyon na lubos na umaasa sa mga manggagawang nasa ibang bansa, mahalaga para sa mga Pilipinong nagpaplanong maging mga manggagawa sa ibang bansa na maging maayos at handa sa mga hamon na maaari nilang harapin. Dito pumapasok ang aklat na "A Message To OFW" bilang gabay sa Filipino overseas worker. Layunin nitong magbigay ng mga kinakailangang kasanayan, kaalaman, wastong saloobin, at disiplina para sa mga Pilipinong manggagawa sa ibayong dagat upang umunlad sa pandaigdigang lakas paggawa.

Isa sa pinakamahalagang aspeto ng aklat ay ang pagbibigay-diin nito sa wastong pag-iisip at saloobin. Ang pagiging isang manggagawa sa ibang bansa ay maaaring maging isang nakakatakot na karanasan, ngunit binibigyang-diin ng aklat ang kahalagahan ng pagpapanatili ng positibong sa-loobin sa trabaho at buhay sa pangkalahatan. Nangangahulugan ito ng pagkakaroon ng disiplina na magtrabaho nang husto, kababaang-loob na matuto mula sa iba, at katatagan upang harapin ang anumang mga hadlang na maaaring dumating sa kanila. Sa pamamagitan ng pagbuo ng mga katan-giang ito nang maaga, ang mga manggagawang Pil-ipino sa ibang bansa ay walang alinlangan na sulitin ang kanilang mga pagkakataon sa ibang bansa.

Ang isa pang mahalagang aspeto na pinag-tutuunan ng pansin ng aklat ay ang mga praktikal na kasanayan. Depende sa uri ng trabaho, may mga tiyak na kasanayan na dapat taglayin ng mga mang-gagawang Pilipino sa ibang bansa upang maging mahusay. Halimbawa, ang mga nagtatrabaho sa sektor ng pangangalagang pangkalusugan ay dapat magkaroon ng masusing pag-unawa sa mga termi-nolohiya at pamamaraang medikal, habang ang mga nasa industriya ng hospitality ay dapat na bi-hasa sa ibang mga wika at may malakas na kasa-nayan sa serbisyo sa customer. Ang aklat ay nag-bibigay ng komprehensibong impormasyon sa mga kinakailangang kasanayan para sa mga partikular na industriya, pati na rin ang mga sanggunian at pa-maraan upang matulungan ang mga mambabasa na mapabuti ang kanilang mga umiiral na kasanayan.

Ang isa pang matibay na punto ng aklat na ito ay ang pagbibigay-diin nito sa wastong pamamahala sa pananalapi. Ang mga Filipino overseas worker ay kilala sa kanilang pagsusumikap at tiyaga, ngunit sa kasamaang-palad, marami sa kanila ang nahaharap sa mga problema sa pananalapi dahil sa kakulangan ng kaalaman at disiplina pagdating sa pamamahala ng kanilang kita. Ang libro ay nagbibigay sa mga mambabasa ng praktikal na payo sa paglikha at pagtuon sa isang badyet, pati na rin ang pag-iipon at pamumuhunang matalino. Bukod pa rito, sinasaklaw nito ang mga paksa tulad ng pag-iwas sa mga scam, kaalaman sa mga remittance, at pagharap sa mga pautang at utang. Sa pamamagitan ng maayos na pamamahala sa kanilang pananalapi, ang mga manggagawang Pilipino sa ibang bansa ay makakamit ang katatagan ng pananalapi at mapakinabangan ang kanilang mga kita habang nagtatrabaho sa ibang bansa.

Kinikilala din ng aklat ang kahalagahan ng integrasyong kultural at panlipunan. Ang paninirahan at pagtatrabaho sa ibang bansa ay maaaring maging isang mapaghamong karanasan, ngunit sa pamamagitan ng ganap na pamumuhay sa kanilang sarili sa kultura ng bansang kanilang pagtatrabahuan, ang mga Pilipinong manggagawa sa ibang bansa ay maaaring lumikha ng kasanayan na pagyamanin ang mga relasyon sa mga lokal. Ang aklat ay nagbibigay ng mga pamaraan sa pag-aaral ng wika, kaugalian, at tradisyon ng isang bansa, pati na rin ang mga mapagkukunan para sa pagkonekta sa iba pang komunidad ng mga Pilipino sa ibang bansa. Sa pamamagitan ng pagsasama-sama ng kanilang sarili sa ibang bansa, ang mga manggagawang Pilipino ay maaaring palawakin ang kanilang mga abot-tanaw at lumago bilang isang indibidwal.

Ang aklat na ito ay isang napakahalagang gabay para sa mga Pilipinong nagpaplanong magtrabaho sa ibang bansa. Sa pamamagitan ng pagbibigay-diin sa kahalagahan ng pag-iisip, praktikal na kasanayan, pamamahala sa pananalapi, at pagsasama-sama ng kultura, binibigyang-diin ng aklat ang mga manggagawang Pilipino sa ibang bansa ng mga kinakailangang kasangkapan upang umunlad sa pandaigdigang lakas-paggawa. Sa pamamagitan ng komprehensibo at praktikal na diskarte nito, ang libro ay dapat basahin para sa sinumang Pilipino na gustong manirahan at magtrabaho sa ibang bansa ng may pananampalataya at dignidad bilang kinatawan ng kanilang bansa.

TABLE OF CONTENTS

As a Land Base OFW, who has been to different parts of the world and tried different jobs, I can only say one thing it is not easy to be an OFW, you need enough courage, and patience, smart and don't take it for granted trust in no one but Yourself. Let's not put our family first but also stay for ourselves, because when you get sick, no one will help you but yourself. We also need to have enough knowledge, about their culture, and laws to avoid harm, it is also necessary if we decide to move to another country, we must have a full heart and know the consequences that may happen, and be responsible for every decision that will be done to avoid blaming other people.

~DJ Lhen, Massage Therapist, Prague, Czech Republic

Tip no. 1

"Make A Thorough Planning"

The first phase in working overseas is to create a reasonable plan. This pertains to studying the place that you want to go, providing that your competencies, training, and skills match the necessary job offer, and being mindful of the expenditures and expenses needed throughout the process.

One of the vital aspects of planning to work overseas is researching the country you want to work in. You should check out input about prospective employers, the political climate, and the culture of the country. This data will help you understand the job market, possible risks, and other elements that could impact on your working and living arrangement. Moreover, learning a language prior can also be an edge in helping you form networks, communicate with locals, and a possibility to negotiate a loftier compensation.

It is also necessary to align your competencies, training, and skills with the job offer you are pursuing. By doing so, you will expand your likelihoods of seeing success overseas. You will also collect certainty in yourself and show probable employers that you are a competitive hopeful worth hiring. Of course, obtaining new skills and training can take a while, so it is reasonable to start early.

While planning, estimating the expenses involved in the process is crucial. These expenses may include travel arrangements, documentation, and other living costs. Being familiar with these costs helps you plan and prevents you from accruing debt when working abroad. Also, when organizing your finances, you should also contemplate whether you will be predicted to cover some of your fees or if your employer will place you on an expatriate package.

One of the important factors is ascertaining the legitimacy and legality of the job being offered and making sure the agency that you choose to work with is regulated by the government. Sadly, many people fall victim to fraudulent schemes that ultimately lead to exploitation, slavery, and abuse. Thus, it is important to conduct a background assessment on the firm that hires you and the agency that helps you throughout the process. Doing so safeguards your fate, income, and your well-being.

In addition to documentation, it is noteworthy to guarantee that you are physically, intellectually, and emotionally prepared to work and live in another country. Moving to an untried place can be stressful and challenging, and being set can help alleviate these changes. You may meet face to face social or cultural impediments, language distinctions, or hardships in adapting to a new way of life. You may also miss your friends, family, and familiar environments. Thus, being knowledgeable of and equipping your-self for these emotional and social adjustments can enable you to settle into your new atmosphere more quickly.

Faith is also another element worth exploring when deeming working in foreign nation. It is valua-ble to study countries where you can practice your belief freely without anxiety of repression or perse-cution. It is equally fundamental to decide on a coun-try where both genders relish similar freedoms and rights, and there is easy access to the Philippines embassy as it can attend to fix any problems that may emerge while living and working abroad.

In conclusion, planning is the basic foremost measure when contemplating on working overseas. To have a prosperous working experience, you should examine the place you want to toil in, confirm your competencies and talents that correspond to the job offer, verify that the offer is legit, prepare fi-nancially for the process, and be physically, intellec-tually, and emotionally ready to be away from home. By being mindful of these factors, you boost your chances of finding triumph overseas while evading potential pitfalls.

Life as an OFW can be difficult. at first you will encounter depression because you are away from your family. There are times when you will endure discrimination from your colleagues. Different cultures will scare you. and many other things. However. these negative circumstances made me a stronger person. I have to concentrate on my career.
Family and future. I have to strive hard to prove them wrong as Filipino workers. we are skilled and work smart to give our clients the best conceivable care. It is always our faith in God that leads us to success.

Nikkor. Nurse. London

Tip no. 1

"Gumawa Ng Masusing Pagpaplano"

Ang unang hakbang sa pagtatrabaho sa ibang bansa ay ang gumawa ng magandang plano. Kabilang dito ang pagsasaliksik sa lugar na gusto mong puntahan, tinitiyak na ang iyong mga kakayahan, pagsasanay, at kasanayan ay tumutugma sa kinakailangang alok ng trabaho, at pagiging maingat sa mga gastos na kasangkot sa buong proseso.

Isa sa mga kritikal na aspeto ng pagpaplanong magtrabaho sa ibang bansa ay ang pagsasaliksik sa bansang gusto mong magtrabaho. Dapat mong suriin ang impormasyon tungkol sa mga potensyal na tagapag-empleyo, klima sa politika, at kultura ng bansa. Tutulungan ka ng impormasyong ito na maunawaan ang market ng trabaho, mga potensyal na panganib, at iba pang mga salik na maaaring makaapekto sa iyong kaayusan sa pagtatrabaho at pamumuhay. Bukod dito, ang pag-aaral ng isang wika bago ay maaari ding maging isang kalamangan sa pagtulong sa iyo na bumuo ng mga network, makipag-usap sa mga lokal, at potensyal na makipag-ayos ng mas mataas na suweldo.

Mahalaga rin na matiyak na ang iyong mga kakayahan, pagsasanay, at kasanayan ay naaayon sa alok na trabaho na iyong hinahanap. Sa paggawa nito, madaragdagan mo ang iyong mga pagkakataong makahanap ng tagumpay sa ibang bansa. Magkakaroon ka rin ng tiwala sa iyong sarili at ipakita sa mga potensyal na employer na ikaw ay isang mapagkumpitensyang kandidato na nagkakahalaga ng pagkuha. Siyempre, ang pagkuha ng mga bagong kasanayan at pagsasanay ay maaaring tumagal ng oras, kaya pinakamahusay na magsimula ng maaga.

Habang nagpaplano, ang pagkalkula ng mga gastos na kasangkot sa proseso ay mahalaga. Maaaring kabilang sa mga gastos na ito ang mga kaayusan sa paglalakbay, dokumentasyon, at iba pang mga gastos sa pamumuhay. Ang pagkakaroon ng kamalayan sa mga gastos na ito ay nakakatulong sa iyong magplano at maiwasan ang pag-iipon ng utang kapag nagtatrabaho sa ibang bansa. Bukod pa rito, kapag inaayos ang iyong mga pananalapi, dapat mo ring isaalang-alang kung inaasahan mong sasagutin ang ilan sa iyong mga gastos o kung ilalagay ka ng iyong tagapag-empleyo sa isang expatriate package.

Ang isa pang mahalagang salik ay ang pag-verify sa pagiging lehitimo ng alok na trabaho at pagtiyak na ang ahensya na pipiliin mong magtrabaho ay kinokontrol ng gobyerno. Nakalulungkot, maraming tao ang nagiging biktima ng mga mapanlinlang na pakana na humahantong sa pagsasamantala at pang-aabuso. Kaya, mahalagang *magsagawa ng pagsusuri sa background sa kumpanyang kumukuha sa iyo at sa ahensyang tumutulong sa iyo sa buong proseso. Ang paggawa nito ay mapangalagaan ang iyong mga kita sa hinaharap at ang iyong kapakanan.*

Bilang karagdagan sa dokumentasyon, mahalagang tiyakin na ikaw ay pisikal, intelektwal, at emosyonal na handang magtrabaho at manirahan sa ibang bansa. Ang paglipat sa isang bagong kapaligiran ay maaaring maging mabigat at mapaghamong, at ang pagiging handa ay makakatulong sa pagpapagaan ng mga pagbabagong ito. Maaari kang makatagpo ng mga hadlang sa lipunan o kultura, mga pagkakaiba sa wika, o mga kahirapan sa pag-angkop sa isang bagong paraan ng pamumuhay. Maaari mo ring ma-miss ang iyong mga kaibigan, pamilya, at pamilyar na kapaligiran. Kaya, ang pagkakaroon ng kamalayan at paghahanda sa iyong sarili para sa mga emosyonal at panlipunang pagsasaayos na ito ay makakatulong sa iyong manirahan sa iyong bagong kapaligiran nang mas mabilis.

Ang pananampalataya ay isa ring aspeto na dapat tuklasin kapag isinasaalang-alang ang pagtatrabaho sa ibang bansa. Ito ay kapaki-pakinabang na magsaliksik sa mga bansa kung saan maaari mong isagawa ang iyong pananampalataya nang malaya nang walang takot sa panunupil o pag-uusig. Parehong mahalaga na pumili ng isang bansa kung saan ang parehong kasarian ay nagtatamasa ng pantay na karapatan, at mayroong madaling pag-access sa embahada ng Pilipinas dahil makakatulong ito sa pagresolba ng anumang mga isyu na maaaring lumabas habang naninirahan at nagtatrabaho sa ibang bansa.

Sa konklusyon, ang pagpaplano ay ang mahalagang unang hakbang kapag isinasaalang-alang ang pagtatrabaho sa ibang bansa. Upang magkaroon ng matagumpay na karanasan sa pagtatrabaho, dapat kang magsaliksik sa lugar kung saan mo gustong magtrabaho, tiyaking tumutugma ang iyong mga kakayahan at kasanayan sa alok ng trabaho, i-verify na lehitimo ang alok, maghanda sa pananalapi para sa proseso, at maging handa sa pisikal, intelektwal, at emosyonal. na malayo sa bahay. Sa pamamagitan ng pagkakaroon ng kamalayan sa mga salik na ito, pinapataas mo ang iyong mga pagkakataong makahanap ng tagumpay sa ibang bansa habang iniiwasan ang mga potensyal na panganib.

An OFW will be successful if he has patience. There is no such thing as an easy job especially if you are new. we need adjustment not only at work but also with our workmates and in the culture of the country where we work. avoid spending more than we earn. we need to know how to budget. We also don't need tight our budget when it comes to food. We need to pamper ourselves with good food. that's why we work so we need to treat ourselves. right? let's save on other things. especially the things that we don't need. Buy what you only need and not what you want. We don't have to buy everything we want. Let's only buy if we need it. And of course the most important thing is not to forget to thank our Lord God for all the blessings that come into our lives.

Joseph "Dzodzo" Exconde
Registered Nurse/Midwife.
Owner of the 1st Filipino Store in Poland.
Produktong Pinoy sa Bahay ni Kuya

Tip No.2

"The Involvement Of The Family Matters"

As the world becomes more interconnected, Filipino workers are in great demand globally, specifically in the field of healthcare, construction, and domestic work. Being an Overseas Filipino Worker (OFW) is a lucrative career choice for many Filipinos, giving them a chance to provide a better life for their families. However, before taking on this path, they must allow their family to be part of their journey, as the welfare of their loved ones ultimately affects their success as an OFW.

It is essential to put the family first, as it is the key element in Filipino culture. The family serves as a foundation, comfort, and support for every Filipino. That is why it is crucial to ensure the family's welfare and well-being, especially when working abroad. But before taking on the challenge of working overseas, it is vital to make sure that the foundation of children's values is strong.

As parents, it is imperative to prepare the children mentally, physically, and emotionally, as their parents' absence may leave an impact on them. Parents must inform the children of the real consequences of their absence to manage their expectations properly. They should support their children emotionally and mentally and provide them with a stable environment. It is essential to make sure that the physical, emotional, mental, and spiritual needs of the children are met.

Moreover, it is vital to ensure that the husband or wife is ready to take on the parental role before deciding to work abroad. The spouse's support and involvement are crucial when the other spouse is working abroad. The responsibility and role of a parent must be shared equally between the husband and wife. They must ensure that the children are well taken care of, and well-taken care met. The spouse working abroad must make sure that communication with their family is maintained and open regularly.

Working abroad is not always easy. Being far away from home can make one feel lonely and isolated. But the most challenging and heartbreaking part of an OFW's journey may be leaving their family behind. However, being away can also result in temptations, which may lead to infidelity in some cases.

These issues arise due to the lack of trust and faithfulness. It is essential to understand that one's moral values do not erase even when far from home. The temptation of worldly desires must never overpower the love and affection for the family.

In some cases, the absence of the parents can affect the children negatively. They may feel neglected and abandoned. That is why it is crucial to make sure that there are trusted family members, such as parents, siblings, or relatives, who can take care of the children in their absence.

It is crucial to select a person who is trustworthy and responsible to care for the children. They must be close family relatives that the children are already familiar with. It is the parent's responsibility to gather information about any person they are considering to care for their children. They should do a background check on this individual and make sure they have excellent character references.

It is vital to communicate frequently with the family, even when working abroad. Regular and open communication will not only bridge the distance but will also help maintain a strong relationship between the OFW and their family. With the advancement of technology, it is now easier to communicate with loved ones, making it possible to stay updated with one another's lives.

It is also important to keep something for oneself and savings and investments. The OFW must save a portion of their income to ensure that they have something to fall back on in case of emergencies. Starting an investment plan that can provide an added source of income is also a wise choice.

Furthermore, if an OFW is a single parent, the goal is to provide for their family while working abroad and finding a relationship may divert their attention from their purpose. It is crucial to remain focused and dedicated to their objective, as the temptation of starting a new relationship will lead them away from their primary goal.

In conclusion, being an OFW provides a vast opportunity for Filipinos to provide a better life for their family. However, it is imperative to consider the family's well-being and welfare when deciding to work abroad. Before leaving, it is essential to make sure that the children's foundation of values is strong, that the other parent or spouse is ready and able to provide for the children, and that trusted family members are in place to take care of the children in the OFW's absence. Lastly, communication must be maintained, savings and investments must be in place, and an OFW must remain focused on their goal, especially if they are a single parent. Therefore, it is crucial to let the family be part of the journey when planning to work abroad.

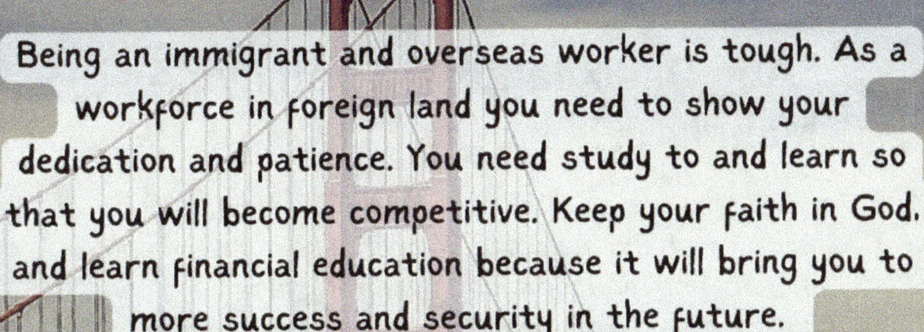

Being an immigrant and overseas worker is tough. As a workforce in foreign land you need to show your dedication and patience. You need study to and learn so that you will become competitive. Keep your faith in God. and learn financial education because it will bring you to more success and security in the future.

Ana Rita Reyes. Program Director. San Jose California

Tip No.2

"Ang Pakikilahok Ng Pamilya Ay Mahalaga"

Habang nagiging mas magkakaugnay ang mundo, ang mga manggagawang Pilipino ay higit na hinihiling sa buong mundo, partikular sa larangan ng pangangalagang pangkalusugan, konstruksyon, at gawaing bahay. Ang pagiging Overseas Filipino Worker (OFW) ay isang mapagkakakitaang pag-pipiliang karera para sa maraming Pilipino, na nag-bibigay sa kanila ng pagkakataong magbigay ng mas magandang buhay para sa kanilang mga pam-ilya. Gayunpaman, bago nila tahakin ang landas na ito, dapat nilang payagan ang kanilang pamilya na maging bahagi ng kanilang paglalakbay, dahil ang kapakanan ng kanilang mga mahal sa buhay sa huli ay nakakaapekto sa kanilang tagumpay bilang isang OFW.

Mahalagang unahin ang pamilya, dahil ito ang pangunahing elemento sa kulturang Pilipino. Ang pamilya ay nagsisilbing pundasyon, aliw, at su-porta para sa bawat Pilipino. Kaya naman napaka-halagang tiyakin ang kapakanan at kapakanan ng pamilya, lalo na kapag nagtatrabaho sa ibang bansa. Ngunit bago harapin ang hamon ng pagtatra-baho sa ibang bansa, mahalagang tiyakin na matibay ang pundasyon ng mga pagpapahalaga ng mga bata.

Bilang mga magulang, kailangang ihanda ang mga bata sa mental, pisikal, at emosyonal, dahil ang kawalan ng kanilang mga magulang ay maaaring mag-iwan ng epekto sa kanila. Dapat ipaalam ng mga magulang sa mga anak ang tunay na kahihinatnan ng kanilang kawalan upang maayos na pamahalaan ang kanilang mga inaasahan. Dapat nilang suportahan ang kanilang mga anak sa emosyonal at mental at bigyan sila ng isang matatag na kapaligiran. Mahalagang tiyakin na ang pisikal, emosyonal, mental, at espirituwal na mga pangangailangan ng mga bata ay natutugunan.

Higit pa rito, mahalagang tiyakin na handa ang asawang lalaki o asawang babae na gampanan ang tungkulin bilang magulang bago magpasyang magtrabaho sa ibang bansa. Ang suporta at pakikilahok ng asawa ay mahalaga kapag ang ibang asawa ay nagtatrabaho sa ibang bansa. Ang panananagutan at tungkulin ng isang magulang ay dapat na ibahagi nang pantay-pantay sa pagitan ng mag-asawa. Dapat nilang tiyakin na ang mga bata ay naaalagaan ng mabuti, at natutugunan ng maayos na pangangalaga. Ang asawang nagtatrabaho sa ibang bansa ay dapat tiyakin na ang komunikasyon sa kanilang pamilya ay pinananatili at bukas nang regular.

Ang pagtatrabaho sa ibang bansa ay hindi laging madali. Ang pagiging malayo sa tahanan ay maaaring makaramdam ng kalungkutan at pag-iisa. Ngunit ang pinakamahirap at nakakasakit ng pusong bahagi ng paglalakbay ng isang OFW ay maaaring ang pag-iwan sa kanilang pamilya. Gayunpaman, ang pagiging malayo ay maaari ding magresulta sa mga tukso, na maaaring humantong sa pagtataksil sa ilang mga kaso.

Ang mga isyung ito ay lumitaw dahil sa kawalan ng tiwala at katapatan. Mahalagang maunawaan na ang mga pagpapahalagang moral ng isang tao ay hindi nabubura kahit malayo sa tahanan. Ang tukso ng makamundong pagnanasa ay hindi dapat madaig ang pagmamahal at pagmamahal sa pamilya.

Sa ilang mga kaso, ang kawalan ng mga magulang ay maaaring makaapekto sa mga bata nang negatibo. Maaaring pakiramdam nila ay pinabayaan at inabandona sila. Kaya naman napakahalagang tiyakin na may mga pinagkakatiwalaang miyembro ng pamilya, tulad ng mga magulang, kapatid, o kamag-anak, na maaaring mag-alaga ng mga bata sa kanilang pagkawala.

Napakahalaga na pumili ng isang taong mapagkakatiwalaan at responsableng mag-alaga sa mga bata. Sila ay dapat na malapit na kamag-anak na pamilyar na sa mga bata. Responsibilidad ng magulang na mangalap ng impormasyon tungkol sa sinumang tao na kanilang isinasaalang-alang na pangalagaan ang kanilang mga anak. Dapat silang gumawa ng background check sa indibidwal na ito at tiyaking mayroon silang mahusay na mga sanggunian ng character.

Napakahalaga na makipag-usap nang madalas sa pamilya, kahit na nagtatrabaho sa ibang bansa. Ang regular at bukas na komunikasyon ay hindi lamang magiging tulay sa distansya ngunit makakatulong din na mapanatili ang isang matatag na relasyon sa pagitan ng OFW at kanilang pamilya. Sa pag-unlad ng teknolohiya, mas madali na ngayong makipag-usap sa mga mahal sa buhay, na ginagawang posible na manatiling updated sa buhay ng isa't isa.

Mahalaga rin na magtago ng isang bagay para sa sarili at savings at investments. Ang OFW ay dapat mag-ipon ng bahagi ng kanilang kita upang matiyak na mayroon silang mababalikan kung sakaling magkaroon ng emerhensiya. Ang pagsisimula ng isang plano sa pamumuhunan na maaaring magbigay ng karagdagang mapagkukunan ng kita ay isang matalinong pagpili.

Higit pa rito, kung ang isang OFW ay isang solong magulang, ang layunin ay upang maitaguyod ang kanilang pamilya habang nagtatrabaho sa ibang bansa at ang paghahanap ng isang relasyon ay maaaring malihis ang kanilang atensyon sa kanilang layunin. Napakahalaga na manatiling nakatutok at *nakatuon sa kanilang layunin, dahil ang tukso ng pagsisimula ng bagong relasyon ay magdadala sa kanila palayo sa kanilang pangunahing layunin.*

Sa konklusyon, ang pagiging OFW ay nagbibigay ng malawak na pagkakataon para sa mga Pilipino na mabigyan ng magandang buhay ang kanilang pamilya. Gayunpaman, kailangang isaalang-alang ang kapakanan at kapakanan ng pamilya kapag nagpasya na magtrabaho sa ibang bansa. Bago umalis, mahalagang tiyakin na matibay ang pundasyon ng mga pinahahalagahan ng mga bata, na ang ibang magulang o asawa ay handa at kayang tustusan ang mga anak, at ang mga pinagkakatiwalaang miyembro ng pamilya ay nasa lugar para alagaan ang mga bata sa Ang kawalan ng OFW. Panghuli, dapat panatilihin ang komunikasyon, may savings at investments, at ang isang OFW ay dapat manatiling nakatutok sa kanilang layunin, lalo na kung sila ay single parent. Samakatuwid, napakahalaga na hayaan ang pamilya na maging bahagi ng paglalakbay kapag nagpaplanong magtrabaho sa ibang bansa.

I started this March of 2023 and it's my first time working as a seafarer. It is hard and sad to be away from the family, but the most important thing is to have a support group of friends with who you can communicate if you feel lonely. Look forward that what you doing now is for the family. When I feel sad, I pray to God and all my cares disappear.

Yenchang Aikawa. Seafarer. Cruiseship

Tip No. 3

"Fostering Your Faith"

As an Overseas Filipino Worker (OFW), one of the greatest challenges that await me is the feeling of loneliness, anxiety, and fear of the unknown. Being separated from one's loved ones and familiar surroundings can put a strain on one's emotional well-being. However, fortifying one's faith and spiritual well-being can help alleviate these feelings and provide comfort and guidance to OFWs during their journey abroad.

Faith plays an essential role in the lives of many Filipinos. It provides a sense of belongingness, a source of strength, and an anchor in times of trials and tribulations. For OFWs, faith can be a powerful ally in overcoming the challenges that they may face while overseas. This includes being away from their families for extended periods, working in hostile environments, and dealing with cultural differences.

Having a strong faith and working faith can help OFWs surpass these trials. By having a connection to God through prayers, OFWs can seek guidance and protection from Him. At the beginning of their journey, OFWs should make sure to have a strong and continuous prayer life, as it can be their shield against negative emotions, feelings of isolation, and homesickness.

Moreover, in times of difficulty, OFWs can rely on their faith to keep them grounded and to help them find solutions to their problems. Through prayer, they can ask God to provide them with good employers and co-workers who can help keep them emotionally stable while they are away from their families. Furthermore, they can ask God to guide them to a country where they can practice their faith without fear of persecution or discrimination.

Living in a country that allows the freedom to practice one's faith can provide OFWs with a sense of freedom and grace. In some countries, Christianity and other religions may be restricted, and OFWs may find it difficult to express or practice their faith openly. This can be challenging for OFWs who find comfort in attending church or participating in other religious activities. However, in countries where religious freedom is upheld, OFWs can openly practice and express their faith without fear of judgment or persecution.

So always ask for guidance from God before venturing into an OFW so that He can give you a place where you can prosper and thrive. Faith matters especially in times of temptation and hardship with bad employers and to help you resist the temptation that may lead to crimes, immorality, abuse, and distraction from your marriage life.

Nurturing one's faith and spiritual well-being can be a vital means for OFWs in overcoming the challenges of loneliness, anxiety, and fear of the unknown. Through prayer and a substantial relationship with God, OFWs can find solace and guidance in moments of hardship. Besides, residing in a country that permits the liberty to express and practice one's faith can equip OFWs with a sense of independence and grace.

To survive as an OFW you need to take care of your body. That is one of the important aspect in living abroad. Our health is important because if we are sick we can't work. Constant prayer is a must too.

Jake Navaja, Barista, Qatar

Tip No. 3

"Palakasin Ang Iyong Pananam-palataya"

Bilang isang Overseas Filipino Worker (OFW), isa sa mga pinakamalaking hamon na naghihintay sa akin ay ang pakiramdam ng kalungkutan, pagkabalisa, at takot sa hindi alam. Ang pagiging hiwalay sa mga mahal sa buhay at pamilyar na kapaligiran ay maaaring magdulot ng stress sa emosyonal na kapakanan ng isa. Gayunpaman, ang pagpapatibay ng pananampalataya at espirituwal na kagalingan ng isang tao ay makatutulong sa pagpapagaan ng mga damdaming ito at makapagbibigay ng ginhawa at gabay sa mga OFW sa kanilang paglalakbay sa ibang bansa.

Ang pananampalataya ay may mahalagang papel sa buhay ng maraming Pilipino. Nagbibigay ito ng pakiramdam ng pagiging kabilang, pinagmumulan ng lakas, at angkla sa panahon ng mga pagsubok at kapighatian. Para sa mga OFW, ang pananampalataya ay maaaring maging makapangyarihang kapanalig sa pagharap sa mga hamon na maaaring harapin nila habang nasa ibang bansa. Kabilang dito ang pagiging malayo sa kanilang mga pamilya sa loob ng mahabang panahon, pagtatrabaho sa masasamang kapaligiran, at pagharap sa mga pagkakaiba sa kultura.

Ang pagkakaroon ng matibay na pananampalataya at pananampalataya ay makakatulong sa mga OFW na malampasan ang mga pagsubok na ito. Sa pagkakaroon ng koneksyon sa Diyos sa pamamagitan ng mga panalangin, ang mga OFW ay maaaring humingi ng patnubay at proteksyon mula sa Kanya. Sa simula ng kanilang paglalakbay, dapat tiyakin ng mga OFW na magkaroon ng malakas at tuluy-tuloy na buhay panalangin, dahil maaari itong maging kanilang panangga laban sa mga negatibong emosyon, damdamin ng paghihiwalay, at pangungulila.

Higit pa rito, sa panahon ng kahirapan, ang mga OFW ay maaaring umasa sa kanilang pananampalataya upang mapanatili silang saligan at tulungan silang makahanap ng mga solusyon sa kanilang mga problema. Sa pamamagitan ng panalangin, maaari nilang hilingin sa Diyos na bigyan sila ng mabubuting employer at katrabaho na makakatulong na mapanatiling matatag ang kanilang damdamin habang sila ay malayo sa kanilang mga pamilya. Higit pa rito, maaari nilang hilingin sa Diyos na gabayan sila sa isang bansa kung saan maaari nilang isagawa ang kanilang pananampalataya nang walang takot sa pag-uusig o diskriminasyon.

Ang pamumuhay sa isang bansang nagbibigay-daan sa kalayaang magsagawa ng pananampalataya ay makapagbibigay sa mga OFW ng *pakiramdam ng kalayaan at biyaya. Sa ilang bansa, maaaring pinaghihigpitan ang Kristiyanismo at iba pang relihiyon, at maaaring nahihirapan ang mga OFW na ipahayag o isagawa ang kanilang pananampalataya nang hayagan. Ito ay maaaring maging hamon para sa mga OFW na nakakahanap ng kaginhawaan sa pagsisimba o pagsali sa iba pang mga aktibidad sa relihiyon. Gayunpaman, sa mga bansa kung saan itinataguyod ang kalayaan sa relihiyon, ang mga OFW ay maaaring hayagang magsanay at magpahayag ng kanilang pananampalataya nang walang takot sa paghatol o pag-uusig.*

Kaya laging humingi ng patnubay sa Diyos bago makipagsapalaran sa pagiging OFW para mabigyan ka Niya ng lugar kung saan ka umunlad at umunlad. Mahalaga ang pananampalataya lalo na sa mga panahon ng tukso at paghihirap sa masasamang amo at upang tulungan kang labanan ang tukso na maaaring humantong sa mga krimen, imoralidad, pang-aabuso, at pagkagambala sa iyong buhay mag-asawa.

Ang pag-aalaga ng pananampalataya at espirituwal na kagalingan ng isang tao ay maaaring maging isang mahalagang paraan para sa mga OFW sa pagtagumpayan ng mga hamon ng kalungkutan, pagkabalisa, at takot sa hindi alam. Sa pamamagitan ng panalangin at isang malaking relasyon sa Diyos, ang mga OFW ay makakahanap ng aliw at gabay sa mga sandali ng kahirapan. Bukod pa rito, ang paninirahan sa isang bansang nagbib-igay-daan sa kalayaang ipahayag at isagawa ang pananampalataya ng isang tao ay maaaring mag-bigay sa mga OFW ng pakiramdam ng kalayaan at biyaya.

To be a successful OFW, we need to set our goal, focus and work on it with a positive mindset and a spirit of discipline. We are living every day full of uncertainties, we need to fight and finish the race with resiliency, correct knowledge, and a heart centered on God. With these, I can say you will be successful financially, spiritually, physically, and mentally.

~Bermadine De La Cruz, Domestic Helper, Hongkong

Tip No. 4

"Live By Your Values And Morals"

Overseas Filipino Workers (OFWs) are some of the extensively hard-working people in the world. They leave their homes to toil in a foreign country and hand over a good life for their loved ones. However, some OFWs get involved in offenses, crimes, and different illicit activities, which can harm their reputation and bring them deportation or imprisonment from a foreign country.

To mitigate these unfortunate occurrences, OFWs should be truthful, honest, and moral, and live according to their food purpose of employment.

Being conscientious is integral in any circumstance, especially when you are in a foreign country. OFWs should not go against the law of the specific country they are in. They must follow the regulations and laws and should not get involved in any illegal activity, including prostitution, human trafficking, and drug abuse. These actions can lead to incarceration, deportation, or even direr outcomes.

Likewise, OFWs should be cautious in deciding on their companions and friends. They must conserve their dignity as Filipinos. Some people might attempt to use OFWs to their advantage and trap them in illegal activities. Therefore, it is important to select the right friends and not get influenced by unfavorable people. Filipinos carry their reputation wherever they go, which is why it is crucial to embody themselves and their nation with dignity and honor.

Furthermore, OFWs must live within their means. Some OFWs get involved in prostitution or other immoral activities because they are materialistic or are trying to meet disproportionate family expenditures abroad. By spending beyond their means, OFWs face monetary difficulties and forfeit sight of their goal of laboring abroad.

Being honest, principled, and living by one's ambition as an OFW is an indispensable aspect of securing their safeness, prominence, and well-being. Living within one's means, picking the right friends, and strengthening dignity as a Filipino is a few of the necessary steps that OFWs should embark on to bypass being implicated in unlawful activities. By doing so, OFWs will start again to be fruitful partners of the community and hand over their loved ones to society in the best way possible.

The most important thing to survive as OFW is to focus on your goal. To help the family and to save. Never forget to pray all the time and love your job so that your employer with love you.

~Carla Martin. Domestic Helper. Dubai UAE

Tip No. 4

"Mamuhay Ayon Sa Iyong Pagpapahalaga At Moral"

Ang mga Overseas Filipino Workers (OFWs) ay ilan sa mga masisipag na tao sa mundo. Iniiwan nila ang kanilang mga tahanan upang magtrabaho sa ibang bansa at ibigay ang magandang buhay para sa kanilang mga mahal sa buhay. Gayunpaman, ang ilang mga OFW ay nasangkot sa mga pagkakasala, krimen, at iba't ibang mga ipinagbabawal na gawain, na maaaring makapinsala sa kanilang reputasyon at magdala sa kanila ng deportasyon o pagkakulong mula sa ibang bansa.

Upang mabawasan ang mga hindi magandang pangyayaring ito, ang mga OFW ay dapat maging tapat, at moral, at mamuhay ayon sa kanilang layunin sa pagkain sa pagtatrabaho.

Ang pagiging matapat ay mahalaga sa anumang sitwasyon, lalo na kapag ikaw ay nasa ibang bansa. Ang mga OFW ay hindi dapat lumabag sa batas ng partikular na bansang kanilang kinaroroonan. Dapat silang sumunod sa mga regulasyon at batas at hindi dapat makisangkot sa anumang ilegal na aktibidad, kabilang ang prostitusyon, human trafficking, at pag-abuso sa droga. Ang mga pagkilos na ito ay maaaring humantong sa pagkakulong, deportasyon, o mas malalang resulta.

Higit pa rito, dapat maging masinop ang mga OFW sa pagpili ng kanilang makakasama at kaibigan. Dapat nilang pangalagaan ang kanilang dignidad bilang mga Pilipino. Ang ilang mga tao ay maaaring magtangkang gamitin ang mga OFW sa kanilang kalamangan at bitag sila sa mga ilegal na gawain. Samakatuwid, mahalagang pumili ng tamang mga kaibigan at huwag maimpluwensyahan ng mga hindi kanais-nais na tao. Dala ng mga Pilipino ang kanilang reputasyon saanman sila magpunta, kaya naman napakahalaga na isama ang kanilang sarili at ang kanilang bansa ng may dignidad at karangalan.

Bukod dito, ang mga OFW ay dapat mamuhay ayon sa kanilang kinikita. Ang ilang mga OFW ay nasangkot sa prostitusyon o iba pang imoral na gawain dahil sila ay materyalistiko o sinusubukang matugunan ang hindi katimbang na paggasta ng pamilya sa ibang bansa. Sa paggastos nang lampas sa kanilang makakaya, ang mga OFW ay nahaharap sa kahirapan sa pananalapi at nawawalan ng paningin sa kanilang layunin na magtrabaho sa ibang bansa.

Ang pagiging tapat, may prinsipyo, at pamumuhay ayon sa ambisyon ng isang OFW ay isang kailangang-kailangan na aspeto ng pagtiyak ng kanilang kaligtasan, katanyagan, at kagalingan. Ang *pamumuhay ayon sa kayamanan, pagpili ng mga ta-mang kaibigan, at pagpapalakas ng dignidad bilang isang Pilipino ay ilan sa mga kinakailangang hakbang na dapat gawin ng mga OFW upang maiwasan ang pagiging sangkot sa mga gawaing labag sa batas. Sa pamamagitan nito, magsisimulang muli ang mga OFW na maging abundant katuwang ng komunidad at ibigay ang kanilang mga mahal sa buhay sa lipunan sa pinakamahusay na paraan.*

Being a Seafarer for 23 long years in international waters, the secret is perseverance in doing hard work in all kinds of weather. Working in the middle of the ocean and encountering mountains of waves is very dangerous and not an easy job. It needs to focus, especially on safety. To overcome this situation, it
needs training & awareness programs and constant communication with the family has a big factor to counter homesickness. Lastly, I may say that prayer is the best weapon in dealing with all the problems when we are far away from home. If God is in our hearts.... nothing is impossible.

Ronilo Victoriano, Seafarer, OFW Singer & Songwriter

Tip No. 5

"Financial Education and Management of Expenses Is A Must Learn Skill"

As an Overseas Filipino Worker (OFW), the chance to labor abroad often comes with the assurance of a better life for oneself and their loved ones back home. A career overseas guarantees loftier earnings, job stability, and security that many cannot see in their motherland. While this is an enticing offer, many OFWs end up facing financial hardships despite working overseas for numerous years. It's not unusual to hear of OFWs who tumble into financial devastation due to improper management of their finances when abroad. This is why OFWs must realize the extent and value of clinging and sticking to a budget, avoiding overspending, and regulating their finances effectively.

One of the leading issues that OFWs encounter when working abroad is the inclination to spend more than they earn. Being in a foreign land can quickly influence an undue understanding of financial management as compared to when one was still back in the home country. As such, OFWs often find themselves snagged up in the consumerism of the foreign country they are staying in. This can use them to do over expenditures or too much spending on unwarranted purchases that can quickly deplete one's finances. Often, OFWs give in to the pressure of retaining an impression of affluence while abroad, urging the appetite to buy branded products, dine at costly restaurants, and indulge themselves in pricey activities such as concerts and parties.

Therefore, OFWs must learn to stave off spending too much while laboring abroad. While buying impressive goods and indulging in lavish activities may offer a sense of momentary happiness, it is often not worth the long-term monetary issues that come thereafter. OFWs must recollect that they labor abroad to supply for their deficiencies and their family's necessities, not to show off to others. By properly allowing finances to a budget, they can bypass overspending and have a vivid and clearer picture of where their money proceeds.

Having proper management and control over one's finances and avoiding buying and spending is not only about deterring financial collapse; it also means having the financial capacity to subsidize and invest in one's future. This is where financial education plays a big role. For any OFW, having financial literacy is an absolute must to be able to manage their finances effectively. It pertains to learning, investing, and conserving your cash flow in profitable and legitimate companies.

Financial education enables OFWs to expand a healthy financial routine such as setting up a habit to have an emergency fund, management of debt, and investing in a legit and lawful firm. The emergency fund will help safeguard one's finances from unforeseen expenditures such as healthy and medical bills, car repairs, or even employment loss. Management of financial obligations such as loans and debt, on the other hand, helps preclude the collection of excessive loan interest. Moreover, making sound investments in respected firms and products will benefit a secure and durable monetary destiny.

Unfortunately, OFWs frequently prey on get-rich-fast schemes or investment scams. This is why an OFW must be vigilant to the sidestep of getting caught up in any gimmick that seems too good to be real and true. Rather, OFWs should communicate with legit and licensed financial advisers and examine reputed investment prospects. Any deal that swears unrealistic income, quick return on investment, or no actual and tangible product is an apparent sign of a sham and fraud. It is a scam.

It's critical to figure out that greed can smoothly attract one into investment scams that give an enticing promise of high returns of money but usually end up siphoning hard-earned money. By staying knowledgeable and watchful, OFWs can safeguard their finances and have the rightful and probable real growth of their earnings.

Employing abroad is a huge opportunity to gain sustaining earnings and supply for one's needs and their family's necessities. However, it is rudimentary to avoid overspending, focus on a fixed budget and get by heart and mind to have control over one's finances to stop financial failure. Financial literacy is a crucial facet that can support OFWs unlock their financial potential while being prudent and avoiding slipping victim to frauds and scams. By obeying this financial management advice, OFWs will assure their future and provide long-term financial equanimity, even when their overseas work experience terminates.

The secret of being an OFW is to focus on what job you're in. If you're a house helper then you should be persistent. obedient. honest. spiritually physically. emotionally strong and most importantly Be mindful of your actions. Then you can be a successful OFW..!!

~Benigna Garcia Delos Santos House Helper. Malaysia

Tip No. 5

"Ang Edukasyong Pananalapi at Pamamahala ng mga Gastos ay Isang Kakayahang Dapat Matutunan"

Bilang isang Overseas Filipino Worker (OFW), ang pagkakataong makapagtrabaho sa ibang bansa ay kadalasang kaakibat ng katiyakan ng isang mas magandang buhay para sa sarili at sa kanilang mga mahal sa buhay sa kanilang bansa. Ang karera sa ibang bansa ay ginagarantiyahan ang matataas na kita, katatagan ng trabaho, at seguridad na hindi nakikita ng marami sa kanilang inang bayan. Bagama't ito ay isang nakakaakit na alok, maraming OFW ang nahaharap sa kahirapan sa pananalapi sa kabila ng pagtatrabaho sa ibang bansa sa loob ng maraming taon. Karaniwan nang makarinig ng mga OFW na nahuhulog sa pinansiyal na pagkasira dahil sa hindi wastong pamamahala ng kanilang pananalapi kapag nasa ibang bansa. Ito ang dahilan kung bakit dapat matanto ng mga OFW ang lawak at halaga ng pagkapit at pagdidikit sa isang badyet, pag-iwas sa labis na paggastos, at pag-regulate ng kanilang pananalapi nang epektibo.

Isa sa mga pangunahing isyu na kinakaharap ng mga OFW kapag nagtatrabaho sa ibang bansa ay ang hilig na gumastos ng higit sa kanilang kinikita. Ang pagiging nasa banyagang lupain ay maaaring mabilis na makaimpluwensya sa isang hindi nararapat na pag-unawa sa pamamahala sa pananalapi kumpara noong ang isa ay bumalik pa sa sariling bansa. Dahil dito, ang mga OFW ay madalas na nahuhuli sa konsumerismo ng dayuhang bansang kanilang tinutuluyan. Ito ay maaaring gamitin sa kanila upang gumawa ng labis na paggasta o labis na paggasta sa mga hindi nararapat na pagbili na maaaring mabilis na maubos ang pananalapi ng isang tao. Kadalasan, ang mga OFW ay sumusuko sa panggigipit na mapanatili ang isang impresyon ng kasaganaan habang nasa ibang bansa, na humihimok sa gana na bumili ng mga branded na produkto, kumain sa mga mamahaling restaurant, at magpakasawa sa kanilang sarili sa mga mamahaling aktibidad tulad ng mga konsyerto at party.

Nakakatulong na maiwasan ang pagkolekta ng labis na interes sa pautang. Bukod dito, ang paggawa ng maayos na pamumuhunan sa mga respetadong kumpanya at produkto ay makikinabang sa isang ligtas at matibay na kapalaran sa pananalapi.

mapagmatyag ang isang OFW sa sidestep na maipit sa anumang gimik na tila napakagandang maging totoo at totoo. Sa halip, ang mga OFW ay dapat makipag-ugnayan sa mga lehitimong at lisensyadong tagapayo sa pananalapi at suriin ang kilalang mga prospect ng pamumuhunan. Ang anumang deal na nanunumpa sa hindi makatotohanang kita, mabilis na return on investment, o walang aktwal at nasasalat na produkto ay isang maliwanag na senyales ng isang pagkukunwari at panloloko. Ito ay isang scam.

Mahalagang malaman na ang kasakiman ay maaaring maayos na maakit ang isa sa mga scam sa pamumuhunan na nagbibigay ng nakakaakit na pangako ng mataas na pagbabalik ng pera ngunit kadalasan ay nauuwi sa pagsipsip ng pinaghirapang kinita. Sa pamamagitan ng pananatiling kaalaman at mapagbantay, mapangalagaan ng mga OFW ang kanilang pananalapi at magkaroon ng tama at malamang na tunay na paglago ng kanilang mga kita.

Ang pagtatrabaho sa ibang bansa ay isang malaking pagkakataon upang makakuha ng patuloy na kita at panustos para sa mga pangangailangan ng isang tao at mga pangangailangan ng kanilang pamilya. Gayunpaman, ito ay pasimula upang maiwasan ang labis na paggastos, tumuon sa isang nakapirming badyet at isapuso at isip na magkaroon ng kontrol sa pananalapi ng isang tao upang ihinto ang kabiguan sa pananalapi. Ang financial literacy ay isang mahalagang aspeto na maaaring suportahan ang mga OFW na i-unlock ang kanilang potensyal sa pananalapi habang maingat at umiiwas sa pagiging biktima ng mga panloloko. at mga scam. Sa pamamagitan ng pagsunod sa payong ito sa pamamahala sa pananalapi, sisiguraduhin ng mga

OFW ang kanilang kinabukasan at magbibigay ng pangmatagalang balanse sa pananalapi, kahit na natapos na ang kanilang karanasan sa trabaho sa ibang bansa.

Being OFW you must know your limitation, avoid sharing
your private life with your co-workers.
When your boss is good it doesn't mean you can abuse
their kindness, you can't do whatever you want. Set
boundaries between you and your employer so that they
will not feel disrespected. Do not be too complacent and
too comfortable. Do not live a luxurious life, invest more
and save so that you will have an emergency fund. OFW
must live in simplicity and should be helpful to others but
charity must begin with family first.

~Lourdes Reducto, Housekeeping, Australia

Tip No. 6

"Physical, Emotional, Spiritual and Mental Health Matters"

There is no question that the sacrifice and hard work of OFW are indeed tremendous. You left your dwelling, your family, and your convenient location to deliver a better fate for yourself and your loved ones. However, with all of the challenges and hardships you face, while working overseas, one critical aspect that you must never ignore is to take care of your soundness and health.

The physical health of an OFW is vital. You labor as the breadwinner of your family, and your health is an asset for your future, your family's destiny, and your long-term employment opportunities. Overworking to fulfill your financial goals could lead to fatigue and weariness then ultimately weaken your immune system. It could result in various health crises such as fatigue, headaches, body malaise, lack of appetite, and a vulnerable immune system.

To sidetrack health concerns, it is necessary to develop a balance between your career and personal life. Make sure that you have adequate respite (rest) and exercise. Get sufficient sleep, and consume healthful foods that can give you the vitality you need to accomplish your tasks. Find a sport or exercise that you enjoy, and make it part of your daily basis routine. It is also smart to get out of unhealthy habits such as undue drinking, smoking, and consuming drugs.

Mental health is as vital as physical health. It is not hidden that living in a foreign land, adapting to a fresh culture, and living away from your loved ones can cause anxiety, apprehension, and depression. Mental fatigue can cause bodily ailments in the long run, directing to decreased productivity, emotional fluctuation, and social separateness.

Hence, as an OFW, you must take care of your mental soundness by assembling a support group. Come across trusted people and correlate with them. Enter a local association, church, or community that exercises your culture or beliefs. They can be an incredible source of social backing, motivation, and encouragement. Moreover, try to maintain communication with your family and friends regularly, either through social media, phone calls, or video chats. It can alleviate sadness, battle with homesickness, and reduction of stress.

One way to safeguard your health is by halting activities that might lead your physical and mental wellness in danger. OFWs often uncover themselves in conditions that may jeopardize their health, mainly when they perpetrate casual sex. Immersing in sexual acts with anyone abroad may lead to sexually transmitted infections, disfavored pregnancies, infidelity, and even demise. It is essential to live a chaste life and attach to monogamous relationships, or avoid sexual activity completely.

Finally, a healthy OFW should take care of their emotional and spiritual health. Emotional health refers to one's ability to control and govern their feelings and affinities with others. You can take care of your emotional health by rehearsing self-care conditioning every day such as mindfulness, writing, and therapeutic activities. Spirituality can also help OFWs stay in prayer and connect God and to His purpose and will. You can practice your faith or connect to a spiritual community, and attend Mass in your area.

OFWs bestow plenty to earn a promising future for themselves and their households. Thus, it is important to provide primacy to their health, which is an investment for their fortune. Physical health is essential because it influences long-term job opportunities. Mental health is merely as significant because it impacts their emotional and social well-being, which are necessary for long-term victory. It is essential to avoid activities such as illicit sex, which can direct to foreseeable health problems. Eventually, the OFWs must take care of their physical, mental, emotional, and spiritual health to stick around with their health and be efficacious in their occupation and personal lives.

The secret of a successful OFW is that you should only focus on what is your reason or goal why you chose to become an OFW. Don't turn left or right, just go straight. When you're straightforward towards your goal, you will be limitless.

Leonilo P. Garay, Housekeeping Attendant, Poland

Tip No. 6

"Mga Mahalagang Pisikal, Emosyonal, Espirituwal at Mental na Kalusugan"

Hindi mapag-aalinlanganan na talagang napakatindi ang sakripisyo at pagsusumikap ng OFW. Iniwan mo ang iyong tirahan, ang iyong pamilya, at ang iyong maginhawang lokasyon upang maghatid ng mas magandang kapalaran para sa iyong sarili at sa iyong mga mahal sa buhay. Gayunpaman, sa lahat ng mga hamon at paghihirap na kinakaharap mo, habang nagtatrabaho sa ibang bansa, isang kritikal na aspeto na hindi mo dapat balewalain ay ang pangalagaan ang iyong kagalingan at kalusugan.

Ang pisikal na kalusugan ng isang OFW ay mahalaga. Nagsusumikap ka bilang breadwinner ng iyong pamilya, at ang iyong kalusugan ay isang asset para sa iyong kinabukasan, kapalaran ng iyong pamilya, at ang iyong mga pangmatagalang pagkakataon sa trabaho. Ang sobrang pagtatrabaho upang matupad ang iyong mga layunin sa pananalapi ay maaaring humantong sa pagkapagod at pagkapagod at sa huli ay magpahina sa iyong immune system. Maaari itong magresulta sa iba't ibang mga krisis sa kalusugan tulad ng pagkapagod, pananakit ng ulo, panghihina ng katawan, kawalan ng gana, at mahinang immune system.

Upang maalis ang mga alalahanin sa kalusugan, kinakailangan na magkaroon ng balance sa pagitan ng iyong karera at personal na buhay. Siguraduhin na mayroon kang sapat na pahinga (pahinga) at ehersisyo. Kumuha ng sapat na tulog, at abusing ang mga masusustansyang pagkain na makapagbibigay sa iyo ng sigla na kailangan mo para magawa ang iyong mga gawain. Maghanap ng isang sport o ehersisyo na gusto mo, at gawin itong bahagi ng iyong pang-araw-araw na gawain. Matalino din ang pag-alis sa mga hindi malusog na gawi tulad ng hindi nararapat na pag-inom, paninigarilyo, at pag-inom ng droga.

Ang kalusugang pangkaisipan ay kasinghalaga ng pisikal na kalusugan. Hindi lingid na maaaring magdulot ng pagkabalisa, pangamba, at depresyon ang pamumuhay sa ibang bansa, ang pakikibagay sa isang sariwang kultura, at ang pag-iwas sa iyong mga mahal sa buhay. Ang pagkapagod sa pag-iisip ay maaaring magdulot ng mga karamdaman sa katawan sa katagalan, na humahantong sa pagbaba ng pagiging produktibo, emosyonal na pagbabago, at pagkakahiwalay sa lipunan.

Kaya naman, bilang isang OFW, dapat mong pangalagaan ang iyong mental healthness sa pamamagitan ng pag-assemble ng support group.

Makatagpo ng mga pinagkakatiwalaang tao at makipag-ugnayan sa kanila. Pumasok sa isang lokal na asosasyon, simbahan, o komunidad na gumagamit ng iyong kultura o paniniwala. Maaari silang maging isang hindi kapani-paniwalang mapagkukunan ng suporta sa lipunan, pagganyak, at paghihikayat. Bukod dito, subukang panatilihing regular ang komunikasyon sa iyong pamilya at mga kaibigan, alinman sa pamamagitan ng social media, mga tawag sa telepono, o mga video chat. Mapapawi nito ang kalungkutan, pakikipaglaban sa homesickness, at pagbabawas ng stress.

Ang isang paraan upang mapangalagaan ang iyong kalusugan ay sa pamamagitan ng paghinto ng mga aktibidad na maaaring humantong sa iyong pisikal at mental na kalusugan sa panganib. Ang mga OFW ay madalas na nagbubunyag ng kanilang sarili sa mga kondisyon na maaaring magsapanganib sa kanilang kalusugan, pangunahin kapag sila ay gumagawa ng kaswal na pakikipagtalik. Ang paglubog sa pakikipagtalik sa sinuman sa ibang bansa ay maaaring humantong sa mga impeksiyon na nakukuha sa pakikipagtalik, hindi pinapaboran na pagbubuntis, pagtataksil, at kahit na pagkamatay. Mahalagang mamuhay ng isang malinis na buhay at ilakip sa mga monogamous na relasyon, o ganap na iwasan ang sekswal na aktibidad.

One thing I've learned one thing being far
away aside from being pushed to be
resplendent and tough. is you have to
have a purpose. You're driven by that
purpose. Life happens. It's tough as it is.
It gets tougher but with purpose. it
keeps you on your feet. You meet people
and you learn that everyone has different
struggles and battles. These things make
us realize what is important to us. It is
kindness and faith that make us better.
Every day we are gifted another
opportunity to make a difference and it
makes a difference when you do it with
goodness. I think in or successful in
general is when you get to be in a
position. a point. in a place where you are
fulfilled. When you can spread kindness.
and love. here is self-fulfillment and that
makes us more "successful" as you are
able to reach what you are aiming for
(again it all goes down to – our purpose).

~Kristine. Immigrant. Concord Ca. USA

Tip No. 7

"Develop Adversity Quotient and Emotional Quotient"

Overseas Filipino Workers (OFWs) are lauded as heroes for their great contribution to the Philippine economy. They took courage in fleeing their loved ones behind and working in foreign lands to offer their families financial needs. However, working abroad comes with a bunch of physical and emotional challenges. These concerns usually lead to sadness, apprehension, depression, and other mental health problems. It is consequently vital for OFWs to understand the primacy of Adversity Quotient (AQ) and Emotional Quotient (EQ) in confronting the hardships of working overseas.

The adversity quotient also figured out as resilience, is the power to bounce back and overcome adversity. It is a necessary skill for OFWs, as they encounter multiple challenges in their job and daily life. AQ is noteworthy because it works for OFWs to stay optimistic in the face of hardship. Developing a high AQ can enable OFWs to confound pressure and stress, stay focused, and labor efficiently en route to their goals. AQ assists them to adjust to various conditions and circumstances, thinking creatively when faced with crises, and figuring out problems practically.

Developing AQ is not instantaneous; but, it can be nurtured over time with exercise.

Here are a few suggestions for OFWs to enable acquire their AQ:

1. Maintain an Optimistic Perspective - There can be considerable struggles when laboring overseas; therefore, it is integral to linger a favorable attitude to overpower them. OFWs must concentrate on what they can control, rather than getting disheartened by things that are beyond their ability.

2. Establish Realistic Goals - Setting practical goals permits OFWs to stay motivated, feel accomplished, and toil towards a sense of purpose.

3. Search for Support - OFWs should never undervalue the implication of having a support system; this can be from family members, companions, or coworkers. One does not have to go through challenging situations solely.

4. Exercise Self-Care - It is easy for OFWs to get caught up in their work and ignore their physical and emotional needs. This will bring stress and other mental health issues. It is therefore integral to prioritize self-care. Mental and physical health must not be seized for granted.

Emotional Quotient, also known as EQ, is the proficiency to realize, comprehend and supervise one's emotions in distinct circumstances. EQ is an indispensable skill for OFWs, An elevated EQ can assist OFWs to shape substantial associations, communicate efficiently, and work collectively with coworkers. EQ assists OFWs to manage stress properly and enhances their whole well-being.

These are a few suggestions to allow OFWs to elicit their EQ:

1. Exercise Self-Awareness - Self-awareness is the foremost phase in acquiring EQ. OFWs should seize the time to apprehend their feelings, their triggers, and how they respond in various situations.

2. Expand Empathy - Empathy means learning and being with someone else's feelings. Forging empathy can straighten up relationships, and communication and build a favorable working environment.

3. Exercise Active Listening - Being an enthusiastic listener implies spending attention to what others are telling and how they are feeling. Diligent listening can support OFWs to know the viewpoints of others satisfactorily.

4. Practice Deep Breathing - Practicing deep breathing exercises will enable OFWs to fortify their feelings efficiently. Deep breathing comforts the sanity

and the body, lessening tension and other adverse sentiments.

Working overseas is demanding for OFWs. Adversity Quotient and Emotional Quotient are crucial skills that OFWs must acquire to flourish in this environment. By nurturing their AQ and EQ, OFWs can grind down the multiple impediments that go with employment overseas. It will encourage them to stay optimistic, focus creatively, unravel crises effectively, communicate better, and develop strong affinities with their associates.

Generating AQ and EQ takes time and practice, but the advantages are limitless. OFWs should take the time to work on these skills as they continue to make substantial contributions to the Philippine economy.

The secret of a successful OFW is first of all. never forget God. because he is the one who gives us strength. Taking care of your health to be able to work properly. Then follow the rules and regulations in the country where you will work. Be humble in dealing with people in the community. Know your right. fight for your right. and avoid stress. Show diligence so that your company will promote you. Don't be lazy. exhibit your talent as a Filipino. Don't spend on useless things. save for yourself and the future. If you have a family. budget properly so you don't owe others.

~Marie Goto. Artist. Osaka. Japan

Tip No. 7

"Bumuo ng Adversity Quotient at Emotional Quotient"

Ang mga Overseas Filipino Workers (OFWs) ay pinupuri bilang mga bayani sa kanilang malaking kontribusyon sa ekonomiya ng Pilipinas. Nagkaroon sila ng lakas ng loob sa pagtakas sa kanilang mga mahal sa buhay at pagtatrabaho sa mga banyagang lupain upang ibigay sa kanilang mga pamilya ang pinansiyal na pangangailangan. Gayunpaman, ang pagtatrabaho sa ibang bansa ay may kasamang mga pisikal at emosyonal na hamon. Ang mga alalahaning ito ay karaniwang humahantong sa kalungkutan, pangamba, depresyon, at iba pang mga problema sa kalusugan ng isip. Dahil dito, napakahalaga para sa mga OFW na maunawaan ang kahalagahan ng Adversity Quotient (AQ) at Emotional Quotient (EQ) sa pagharap sa hirap ng pagtatrabaho sa ibang bansa.

Ang adversity quotient na naisip din bilang katatagan, ay ang kapangyarihang makabangon at malampasan ang kahirapan. Ito ay isang kinakailangang kasanayan para sa mga OFW, dahil nakakaranas sila ng maraming hamon sa kanilang trabaho at pang-araw-araw na buhay. Kapansin-pansin ang AQ dahil gumagana para sa mga OFW na manatiling optimistiko sa harap ng kahirapan.

Ang pagbuo ng isang mataas na AQ ay maaaring magbigay-daan sa mga OFW na malito ang pressure at stress, manatiling nakatutok, at gumawa nang mahusay sa ruta sa kanilang mga layunin. Tinutulungan sila ng AQ na umangkop sa iba't ibang kundisyon at kalagayan, malikhaing pag-iisip kapag nahaharap sa mga krisis, at praktikal na pag-iisip ng mga problema.

Ang pagbuo ng AQ ay hindi madalian; ngunit, maaari itong alagaan sa paglipas ng panahon sa pamamagitan ng ehersisyo.

Narito ang ilang suhestiyon para sa mga OFW upang makuha ang kanilang AQ:

1. Panatilihin ang Optimistikong Pananaw - Maaaring magkaroon ng malaking pakikibaka kapag nagtatrabaho sa ibang bansa; samakatuwid, mahalagang magtagal ng isang paborableng saloobin upang madaig sila. Dapat mag-concentrate ang mga OFW sa kung ano ang kaya nilang kontrolin, kaysa masiraan ng loob sa mga bagay na lampas sa kanilang kakayahan.

2. Magtatag ng Makatotohanang Mga Layunin - Ang pagtatakda ng mga praktikal na layunin ay nagpapahintulot sa mga OFW na manatiling motibasyon, pakiramdam na nakamit, at magsumikap patungo sa isang pakiramdam ng layunin.

3. Maghanap ng Suporta - Hindi dapat maliitin ng mga OFW ang implikasyon ng pagkakaroon ng support system; ito ay maaaring mula sa mga miyembro ng pamilya, kasama, o katrabaho. Ang isa ay hindi kailangang dumaan sa mga mapaghamong sitwasyon lamang.

4. Exercise Self-Care - Madali para sa mga OFW na mahuli sa kanilang trabaho at balewalain ang kanilang pisikal at emosyonal na pangangailangan. Magdadala ito ng stress at iba pang mga isyu sa kalusugan ng isip. Samakatuwid, mahalagang bigyang-priyoridad ang pangangalaga sa sarili. Ang kalusugang pangkaisipan at pisikal ay hindi dapat ipagwalang-bahala.

Ang pagtatrabaho sa ibang bansa ay hinihingi para sa mga OFW. Ang Adversity Quotient at Emotional Quotient ay mga mahahalagang kasanayan na dapat makuha ng mga OFW upang umunlad sa kapaligirang ito. Sa pamamagitan ng pag-aalaga sa kanilang AQ at EQ, ang mga OFW ay maaaring matanggal ang maraming mga hadlang na kasama ng trabaho sa ibang bansa. Hikayatin silang manatiling maasahin sa mabuti, tumutok nang malikhain, epektibong malutas ang mga krisis, makipag-usap nang mas mahusay, at bumuo ng matibay na kaugnayan sa kanilang mga kasama.

Ang pagbuo ng AQ at EQ ay nangangailangan ng oras at pagsasanay, ngunit ang mga pakinabang ay walang limitasyon. Ang mga OFW ay dapat maglaan ng oras upang gawin ang mga kasanayang ito habang sila ay patuloy na gumagawa ng malaking kontribusyon sa ekonomiya ng Pilipinas.

1. You know your rights at work and the country you're in.
2. Know their culture and respect them.
3. Be polite to your colleagues.
4. Be respectful to the people in the community where you live.
5. About finances: save for yourself and don't send all your money back home as you will also need money for yourself and remember you live in a foreign country.
6. Always think about your family and be strong physically mentally and emotionally.
7. Always pray. you're not alone God is with you all the time.

Edmund Tejome. Staff Nurse. UK

Tip No. 8

"Self-care Is Vital For OFWs To Avoid Burnout, Melancholy, And Different Mental Health Problems."

One of the largest huge factors that make contributions to burnout is stress, which OFWs are susceptible to of their line of labor. The stress of being away from home, facing language obstacles, and encountering unusual cultures can all take a toll on someone's intellectual and bodily fitness. OFWS desires to practice self-care techniques to control strain and avoid burnout. This includes ordinary exercising, meditation, respiration physical activities, and taking time for themselves. simple activities like taking a walk or being attentive to music can do wonders for a person's mental fitness. Self-care empowers an individual to be on top of things in their well-being, which reduces strain and burnout, leaving them refreshed and ready for brand spanking new challenges.

Despair and anxiety also are commonplace intellectual health problems amongst OFWs. Melancholy can result from so many factors like separation from loved ones, adjustment to new environments, and discrimination from the host country. OFW also faces precise conditions, which could cause anxiety, together with agreement termination and repatriation. OFWs must make self-care a concern to save you from depression and tension. OFW can gain from counseling services, which aren't usually available inside the host usa. They also can take part in sports that assist them to connect to their community and relieve loneliness, which includes social clubs or community organizations. Self-care allows OFWs to foster self-focus, and improve and avoid mental health problems.

Bodily fitness is another critical factor of self-care that OFWs need to prioritize. OFWs face a great variety of illnesses whilst running in their host international locations, from easy flu to excessive medical conditions which include heart disorders and most cancers. fitness is wealth, and OFWs need great fitness popularity to carry out their painting responsibilities, deal with their households and enjoy the culmination of their hard work. Ingesting a balanced eating regimen, getting regular clinical take a look at-ups, and engaging in exercising and sports, are necessary actions OFWs should take to maintain their physical fitness. Self-care practices can prevent illnesses and hold OFWs at the peak of their health, decreasing the possibility of work absences or emergency clinical situations.

One of the crucial aspects of self-care that a few OFWs may overlook is self-compassion. OFWs tend to be harsh on themselves, pushing themselves past their limits and sacrificing for their other loved ones. However, this attitude can result in feelings of inadequacy and exhaustion. OFWs must treat themselves with kindness, information, and compassion. They need to take satisfaction in their accomplishments and be pleased with their hard paintings. OFW should also learn the way to mention no to additional workloads, to keep away from being overworked and overloaded. Self-compassion permits OFWs to regain their energy and electricity and maintain their mental and physical well-being.

Self-care is important for OFWs to preserve their mental and bodily health. The strain, depression, tension, and bodily ailments they face underscore the significance of self-care, which empowers them to be on top of things of their roper being, reduces strain and burnout, prevents or addresses mental fitness and physical issues, and fosters self-recognition and OFWs must prioritize their nicely-being, make self-care dependency and are seeking for expert assist if essential. The authorities and private sectors have to also make self-care reachable and lower priced to the OFW network, to address the intellectual and bodily fitness troubles of OFW, and aid their usual nicely-being. As a consequence, allow us to all support the self-care advocacy for the OFW network, who merits to revel in the fruitfulness of their hard work and are available home to their cherished ones, healthy and satisfied.

Being an Overseas Filipino Worker (OFW) can be a challenging experience, especially when it comes to adapting to a new culture, dealing with homesickness, and facing the pressures and demands of work. To succeed in this role, it is important to be spiritually, mentally, and emotionally ready.

Spiritual readiness means having a strong foundation in your faith or belief system. This can provide you with a sense of purpose, guidance, and comfort when you face difficult situations. It can also help you cope with the challenges of being away from home and dealing with unfamiliar environments.

Mental readiness involves being prepared to face the challenges of your job and your new surroundings. This means developing a positive mindset, being open to new experiences, and being willing to learn and adapt to your new environment. It also means being mentally strong and resilient, so you can overcome obstacles and challenges that may come your way.

Emotional readiness means being prepared to deal with the ups and downs that come with living and working overseas. This includes being able to manage stress, staying positive and optimistic, and maintaining healthy relationships with loved ones back home.

Overall, being spiritually, mentally, and emotionally ready as an OFW can help you succeed in your job, adjust to your new surroundings, and maintain a healthy and fulfilling life abroad. It takes effort and preparation, but with the right mindset and support, you can thrive as an OFW.

Lovely, Teacher , UK

Tip No. 8

"Ang Pangangalaga Sa Sarili Ay Kapaki-pakinabang Para Sa OFW"

Ang pangangalaga sa sarili ay mahalaga para sa mga OFW upang maiwasan ang burnout, mapanglaw, at iba't ibang mga problema sa mental fitness.

Isa sa pinakamalaking malaking salik na nagbibigay ng kontribusyon sa pagka-burnout ay ang stress, kung saan ang mga OFW ay madaling kapitan ng kanilang linya ng paggawa. Ang stress ng pagiging malayo sa bahay, pagharap sa mga hadlang sa wika, at pagharap sa mga hindi pangka-raniwang kultura ay maaaring makapinsala sa intel-ektwal at kaangkupang katawan ng isang tao. Nais ng mga OFWS na magsanay ng mga diskarte sa pangangalaga sa sarili upang makontrol ang strain at maiwasan ang burnout. Kabilang dito ang ordi-naryong pag-eehersisyo, pagmumuni-muni, mga pisikal na aktibidad sa paghinga, at paglalaan ng oras para sa kanilang sarili. Ang mga simpleng ak-tibidad tulad ng paglalakad o pagiging matulungin sa musika ay maaaring makatutulong sa mental fitness ng isang tao. Ang pag-aalaga sa sarili ay nagbibigay ng kapangyarihan sa isang indibidwal na maging *nangunguna sa mga bagay sa kanilang kapakanan, na nakakabawas sa strain at burnout, na nag-iiwan sa kanila na ma-refresh at handa na para sa mga bagong hamon.*

Ang kawalan ng pag-asa at pagkabalisa ay karaniwang mga problema sa kalusugan ng intelektwal sa mga OFW. Maaaring magresulta ang mapanglaw mula sa napakaraming salik tulad ng paghihiwalay sa mga mahal sa buhay, pagsasaayos sa mga bagong kapaligiran, at diskriminasyon mula sa host country. Ang OFW ay nahaharap din sa mga tiyak na kondisyon, na maaaring magdulot ng pagkabalisa, kasama ang pagwawakas ng kasunduan at pagpapauwi. Dapat gawing alalahanin ng mga OFW ang pangangalaga sa sarili upang mailigtas ka sa depresyon at tensyon. Ang OFW ay maaaring makakuha ng mga serbisyo sa pagpapayo, na hindi karaniwang magagamit sa loob ng host usa. Maaari din silang makilahok sa mga sports na tumutulong sa kanila na kumonekta sa kanilang komunidad at mapawi ang kalungkutan, na kinabibilangan ng mga social club o mga organisasyong pangkomunidad. Ang pag-aalaga sa sarili ay nagpapahintulot sa mga OFW na itaguyod ang pagtutok sa sarili, at pagbutihin at maiwasan ang mga problema sa kalusugan ng isip.

Ang physical fitness ay isa pang kritikal na salik ng pangangalaga sa sarili na kailangang unahin ng mga OFW. Ang mga OFW ay nahaharap sa iba't ibang uri ng karamdaman habang tumatakbo sa kanilang host na mga internasyonal na lokasyon, mula sa madaling trangkaso hanggang sa labis na kondisyong medikal na kinabibilangan ng mga sakit sa puso at karamihan sa mga kanser. ang fitness ay kayamanan, at ang mga OFW ay nangangailangan ng mahusay na fitness popularity upang maisagawa ang kanilang mga responsibilidad sa pagpipinta, makitungo sa kanilang mga sambahayan at tamasahin ang kasukdulan ng kanilang pagsusumikap. Ang paglunok ng balanseng regimen sa pagkain, pagkuha ng regular na pagsusuri sa klinikal, at pag-eehersisyo at sports, ay mga kinakailangang aksyon na dapat gawin ng mga OFW upang mapanatili ang kanilang pisikal na fitness. Ang mga kasanayan sa pag-aalaga sa sarili ay maaaring maiwasan ang mga sakit at panatilihin ang mga OFW sa pinaka-mataas na antas ng kanilang kalusugan, na binabawasan ang posibilidad ng pagliban sa trabaho o mga emergency na klinikal na sitwasyon.

Isa sa mga mahahalagang aspeto ng pangangalaga sa sarili na maaaring hindi pansinin ng ilang OFW ay ang pakikiramay sa sarili. Ang mga OFW ay may posibilidad na maging malupit sa kanilang sarili, itinutulak ang kanilang sarili na lumampas sa kanilang mga limitasyon at nagsasakripisyo para sa kanilang iba pang mga mahal sa buhay. Gayunpaman, ang saloobing ito ay maaaring magresulta sa mga damdamin ng kakulangan at pagkahapo. Dapat tratuhin ng mga OFW ang kanilang sarili nang may kabaitan, impormasyon, at pakikiramay. Kailangan nilang kumuha ng *kasiyahan sa kanilang mga nagawa at masiyahan sa kanilang matitigas na pagpipinta. Dapat ding matutunan ng OFW ang paraan ng pagbanggit ng hindi sa mga karagdagang workloads, para maiwasan ang sobrang trabaho at overloaded. Ang pagmamalasakit sa sarili ay nagpapahintulot sa mga OFW na mabawi ang kanilang lakas at kuryente at mapanatili ang kanilang mental at pisikal na kagalingan.*

Ang pangangalaga sa sarili ay mahalaga para sa mga OFW upang mapangalagaan ang kanilang kalusugang pangkaisipan at katawan. Ang strain, depression, tensyon, at mga sakit sa katawan na kinakaharap nila ay binibigyang-diin ang kahalagahan ng pag-aalaga sa sarili, na nagbibigay-kapangyarihan sa kanila na maging higit sa mga bagay ng kanilang pagkatao, binabawasan ang strain at burnout, pinipigilan o tinutugunan ang mental fitness at pisikal na mga isyu, at nagpapalakas. Ang pagkilala sa sarili at ang mga OFW ay dapat unahin ang kanilang kagandahang-loob, gawing depende sa pangangalaga sa sarili at naghahanap ng tulong ng eksperto kung kinakailangan. Kailangan ding gawin ng mga awtoridad at pribadong sektor na maabot ang pangangalaga sa sarili at mas mababa ang presyo sa network ng OFW, upang matugunan ang mga problema sa intelektwal at pisikal na kalusugan ng OFW. Bilang kinahinatnan, hayaan tayong lahat na suportahan ang self-care advocacy para sa OFW network, na karapat-dapat na magsaya sa bunga ng kanilang pagsusumikap at pagmalasakit sa tahanan sa kanilang mga minama-hal,kuntento at kumpleto. .

Living and taking chances in another country is a big sacrifice for an OFW. However. we need to be strong and face any challenge for ourselves and for the dreams of helping our family.

Anilyn Lucilo. Independent Artist Japan.

Tip No. 9

"Set A Retirement Plan and goal"

As an OFW you need to set a retirement purpose. As an overseas Filipino worker (OFW), it is straightforward to get stuck up inside the grind of sending money back home to assist your own family. However, it's critical to not forget to set retirement goals and plan for your future, regardless of your cutting-edge economic scenario. While it is possible to seem overwhelming or useless to take into account retirement at a younger age, placing economic goals and planning for your destiny can pay off in the long run.

One reason why OFWs ought to set a retirement goal is the uncertainty of stable employment in overseas international locations. As an OFW, you are operating overseas where you are not entitled to blessings such as social safety, a pension plan, or medical insurance. Your activity protection isn't guaranteed, and you could face surprising demanding situations which include layoffs, closures or termination of your contract. With constrained safety and no clean retirement plan in vicinity, it's far more important for OFWs to suppose ahead.

Another reason why OFWs ought to set a retirement intention is the high fee of residing overseas. residing costs in foreign international locations, particularly in developed countries, can be substantially higher than in the Philippines. Even if you could earn greater than you'll in the Philippines, it's critical to keep in mind that residing costs are also higher. It is simple to get used to your modern-day life-style, but it's vital to think in advance and plan on your destiny, especially as you get older.

OFWs have to also recollect the effect of inflation on their finances. Inflation is the increase in the cost of products or offerings over the years, because of this the fee of your money decreases over the years. This means that in case you no longer assume beforehand and plan for your retirement, you can enjoy monetary worries when you reach retirement age. It is vital to plan ahead and invest.

To set a retirement goal, you have to first check your modern financial state of affairs. You ought to remember your month-to-month charges, your financial savings, and your dreams for the future. Once you've got a clear know-how of your financial situation, it's far more important to search for recommendations from a finance expert. A financial advisor lets you set a retirement intention, put money into a retirement plan, and reveal your progress.

Putting a retirement aim is not a clean project, and it calls for field and commitment. Once you set a retirement goal, you ought to live devoted to your plan and adjust your plan as wanted. You have to maintain your development and are looking for recommendations from experts whilst needed. By making plans in advance and setting a retirement purpose, you can ensure that you have the financial security you need to age easily.

In the end, as an OFW, it's essential to suppose in advance and plan for your future retirement. and not using the reality of strong employment, excessive price of living abroad, and inflation, putting a retirement purpose is a necessary step to ensure economic security in the future. via assessing your cutting-edge monetary scenario, in search of advice from professionals, and staying committed to your plan, you can make certain that you have the monetary safety you want to age easily. So, begin planning these days for an extra cozy destiny the next day.

For me, the true definition of a successful OFW is being able to have goals on spiritual (faith in our Almighty God, Relationships, family, and friends). Financial aspect (investment for retirement educational fund and for charity.) and Physical Health (being healthy while we are living abroad).

~Reychel Mawac, Housewife and Worker, Dubai

Tip No. 9

"Magtakda ng Plano Sa Pagrere-tiro At Kinabukasan"

Bilang isang OFW kailangan mong mag-takda ng layunin sa pagreretiro. Bilang isang over-seas Filipino worker (OFW), diretsong maipit ka sa pagpapadala ng pera pauwi para tulungan ang sarili mong pamilya. Gayunpaman, mahalagang huwag kalimutang magtakda ng mga layunin sa pagreretiro at magplano para sa iyong hinaharap, anuman ang iyong makabagong senaryo sa ekonomiya. Baga-ma't posibleng mukhang napakalaki o walang silbi na isaalang-alang ang pagreretiro sa mas bata na edad, ang paglalagay ng mga layunin sa ekonomiya at pagpaplano para sa iyong kapalaran ay maaaring magbunga sa katagalan.

Ang isang dahilan kung bakit dapat mag-takda ng layunin sa pagreretiro ang mga OFW ay ang kawalan ng katiyakan ng matatag na trabaho sa ibang bansa sa mga internasyonal na lokasyon. Bilang isang OFW, ikaw ay nag-ooperate sa ibang bansa kung saan wala kang karapatan sa mga pagpapala tulad ng Social safety, pension plan, o medical insurance. Hindi ginagarantiyahan ang iyong proteksyon sa aktibidad, at maaari kang makaharap sa mga nakakagulat na mahirap na sit-wasyon na kinabibilangan ng mga tanggalan, pagsasara, o pagwawakas ng iyong kontrata. Sa mahigpit na kaligtasan at walang magands na plano sa pagreretiro sa hinaharap, mas mahalaga para sa mga OFW na pag-isipan lahat ng mga plano at ba-lak. .

Isa pang dahilan kung bakit dapat magtakda ng retirement intention ang mga OFW ay ang mataas na bayad sa paninirahan sa ibang bansa. Ang mga gastos sa paninirahan sa mga dayuhang internasyonal na lokasyon, lalo na sa mga mauunlad na bansa, ay maaaring mas mataas kaysa sa Pilipi-nas. Kahit na maaari kang kumita ng mas malaki kaysa sa makukuha mo sa Pilipinas, mahalagang tandaan na mas mataas din ang mga gastos sa paninirahan. Madaling masanay sa iyong moder-nong-panahong istilo ng pamumuhay, ngunit ma-halagang mag-isip nang maaga at magplano ng iyong kapalaran, lalo na habang tumatanda ka.

Seguridad sa pananalapi na kailangan tutu-kan ngayon at hinaharap.

Sa huli, bilang isang OFW, mahalagang mag-isip nang maaga at magplano para sa iyong pagreretiro sa hinaharap. at hindi paggamit ng reali-dad ng malakas na trabaho, labis na presyo ng pa-mumuhay sa ibang bansa, at inflation, ang paglala-gay ng layunin sa pagreretiro ay isang kina-kailangang hakbang upang matiyak ang seguridad sa ekonomiya sa hinaharap. sa pamamagitan ng pagtatasa sa iyong makabagong senaryo sa pananalapi, sa paghahanap ng payo mula sa mga propesyonal, at pananatiling nakatuon sa iyong plano, maaari mong tiyakin na nasa iyo ang kaligtasan sa pananalapi na gusto mong madaling tumanda. Kaya, simulan ang pagpaplano sa mga araw na ito para sa isang mas maginhawang kapalaran sa susunod na araw.

Working abroad and being away from your family is not a joke: it's a big deal. It means to say you have to embrace different things now and even make a 360-degree turn in your life. "Solo" is the best adjective to use as you start building your career and your life in the US. Aside from doing well in school. we should also put our bodies. especially our health. first. As much as possible. we will never abuse our body and take it for granted because it is the only weapon that we have to fulfill our dreams for our family. We need to be emotionally ready. especially mothers like me. to be away from our children. We must shift our focus to our work. always be positive and strong. always wear a smile. and never forget to pray. especially the rosary every day. We need this because we are alone and no one can help us except ourselves. And this is the kind of mindset I always have. Gratefulness leads to a holy life. A person who is always grateful is a humble. happy person. This is the attitude with which I must live: to be thankful always. There is no time to complain. to worry. to live in doubts and fears. Always be thankful to God. I may encounter a lot of defeats. but I must not be defeated. God will be my constant companion.

~

Marissa P. Adolfo. Science Teacher/ PT. American Samoa

Final Words For All OFW

In order to be a successful overseas worker, it is important to research and understand the culture and customs of the country you will be working in, as well as any necessary language skills. You should also familiarize yourself with the local laws and regulations, and make sure to obtain any necessary visas or work permits. It is also important to maintain a professional demeanor and conduct yourself in a respectful manner, taking into account cultural differences. Additionally, it is important to establish a support system and maintain communication with family and friends back home, as working abroad can be challenging both professionally and personally.

To be a successful overseas worker, there are a few things to keep in mind:

1. Adapt to cultural differences: It's important to understand and respect the cultural differences of the country you're working in. Take the time to learn about the customs and beliefs of the people around you.

2. Communicate effectively: Language barriers may make communication difficult at times, but it's crucial to be able to effectively communicate with your colleagues and superiors. It may be helpful to take language classes or invest in a translation device.

3. Stay organized: Working in a foreign country can be overwhelming, so it's important to keep track of important documents, deadlines, and tasks.

4. Maintain a positive attitude: Working abroad can be challenging, but staying positive and open-minded can help you overcome any obstacles that come your way.

Remember to also take care of yourself and prioritize your well-being while working abroad.

Mga Pangwakas na Salita Para sa Lahat ng OFW

Upang maging matagumpay na manggagawa sa ibang bansa, mahalagang magsaliksik at maunawaan ang kultura at kaugalian ng bansang iyong pinagtatrabahuhan, gayundin ang anumang kinakailangang kasanayan sa wika. Dapat mo ring pamilyar ang iyong sarili sa mga lokal na batas at regulasyon, at siguraduhing kumuha ng anumang kinakailangang visa o work permit. Mahalaga rin na mapanatili ang isang propesyonal na kilos at isagawa ang iyong sarili sa isang magalang na paraan, na isinasaalang-alang ang mga pagkakaiba sa kultura. Bukod pa rito, mahalagang magtatag ng isang sistema ng suporta at mapanatili ang komunikasyon sa pamilya at mga kaibigan sa bansa, dahil ang pagtatrabaho sa ibang bansa ay maaaring maging mahirap sa parehong propesyonal at personal.

Upang maging matagumpay na mangga-gawa sa ibang bansa, may ilang bagay na dapat tandaan:

1. Iangkop sa mga pagkakaiba sa kultura: Ma-halagang maunawaan at igalang ang mga pagka-kaiba sa kultura ng bansang iyong pinagtatrabahu-han. Maglaan ng oras upang malaman ang tungkol sa mga kaugalian at paniniwala ng mga tao sa paligid mo.

2. Mabisang makipag-usap: Ang mga hadlang sa wika ay maaaring magpahirap sa komunikasyon kung minsan, ngunit napakahalaga na epektibong makipag-usap sa iyong mga kasamahan at superior. Maaaring makatulong na kumuha ng mga klase sa wika o mamuhunan sa isang device sa pagsasalin.

3. Manatiling organisado: Ang pagtatrabaho sa ibang bansa ay maaaring napakahirap, kaya ma-halagang subaybayan ang mahahalagang doku-mento, deadline, at gawain.

4. Panatilihin ang isang positibong saloobin: Ang pagtatrabaho sa ibang bansa ay maaaring maging mahirap, ngunit ang pananatiling positibo at bukas-isip ay makakatulong sa iyo na malampasan ang an-umang mga hadlang na darating sa iyo.
againn na alagaan din ang iyong sarili at una-hin ang iyong kapakanan habang nagtatrabaho sa ibang bansa.

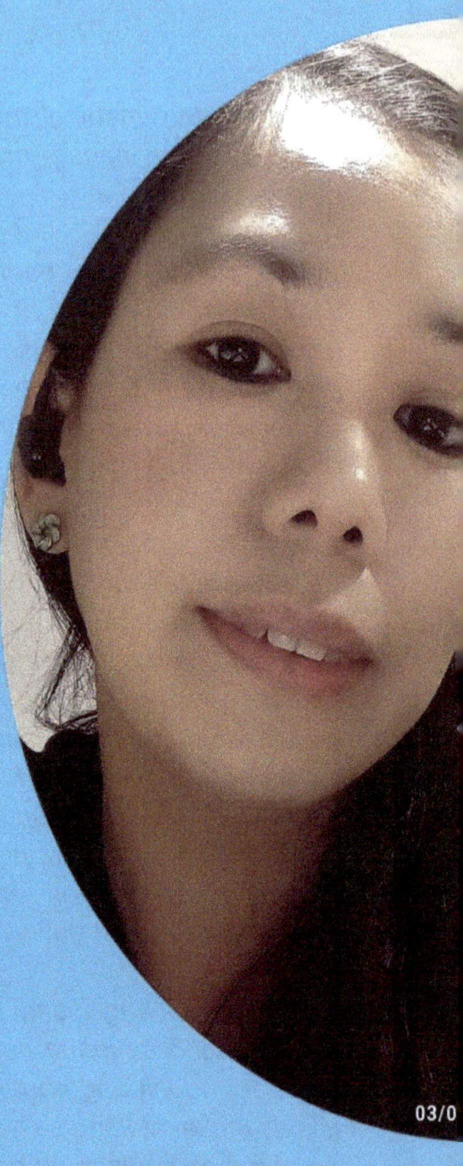

I've been working for 10 years for the same employer and the secret of a good and blessed work abroad is perseverance, hard work, patience, and prayer. I am thankful to God for my employer who is so kind and compassionate towards me.

CHARITY SOMES, CAREGIVER, HONGKONG

About the Author

Lhen Tejome is a DJ in her own online radio station. She worked in Kuwait for 2 yrs as OFW, she had worked in Hong Kong for 4 yrs.

She is active in church activity, she enjoys photography and focuses on charity works. She crossed to Poland and worked for more than two and half years.

Recently she settled in Prague, Czech Republic and working as a professional massage therapist

(Si Lhen Tejome ay isang DJ sa kanyang sariling online radio station. Nagtrabaho siya ng dalawang taon sa Kuwait bilang OFW, at apat na taong nag-trabaho sa Hongkong.

Aktibo siya sa aktibidad ng simbahan, kinahiligan niya ang photography at nakatutok siya mga gawaing pagkalinga sa kapwa. Lumipat siya sa Po-land at nagtrabaho ng higit sa dalawa at kalahating taon at kamakailan at kasalukuyang nanirahan siya sa Prague, Czech Republic at nagtatrabaho bilang isang propesyonal na massage therapist

Bimby Macbs is a registered nurse, Doctor in Literature, established international ghostwriter and book author. Seminar Lecturer, Career Coach, and a Catholic Church worker.